Vietnamese

common words

A PICTURE DICTIONARY

P.W GREEN

19. Mỹ phẩm & Chăm sóc cơ thể - Cosmetic & Body care

20. Trường học - School

21. Văn phòng - Office

22. Giao thông - Traffice

23. Nghề nghiệp - Occupation

24. Thể thao - Sport

25. Đồ uống - Drink

26. Đồ ăn - Main dishes

27. Đồ tráng miệng - Dessert

28. Thịt - Meat

29. Gia vị - Spice

30. Rau củ - Vegetable

31. Hoa quả - Fruit

32. Mua sắm - Shopping

33. Thực vật - Plant

34. Động vật - Animal

35. Du lịch - Travel (Hành lý, Biển, Núi và Rừng - Luggage, Sea, Mountain, and Forest)

Bảng chữ cái

ALPHABET

Aa Ăă Ââ Bb Cc Dd

Đđ Ee Êê Gh Hh Ii

Kk Ll Mn Nn Oo Ôô

Ơơ Pp Qq Rr Ss Tt

Uu Ưư Vv Xx Yy

Số Đếm &
Phép Tính

NUMBERS &
CACULATIONS

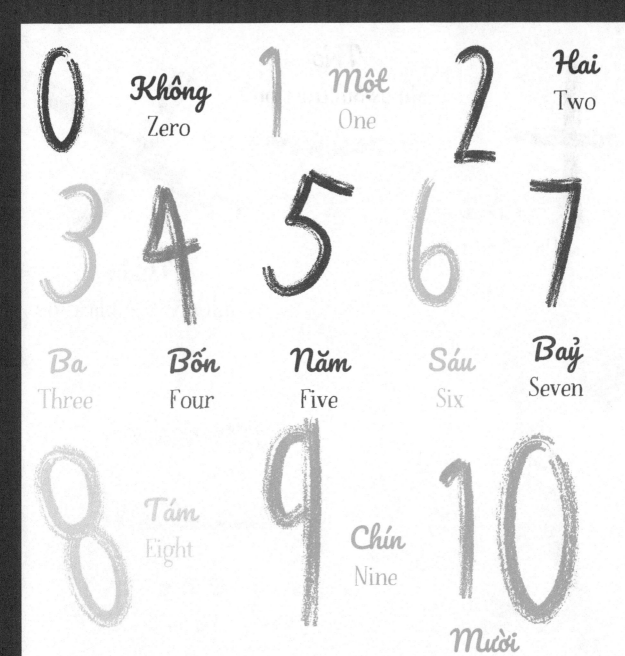

Cộng
Plus/Addition

Trừ
Minus/Subtraction

Nhân
Multiply/Mutiplication

Chia
Divide/Division

Bằng
Equal

Màu Sắc

COLOR

Xanh lá
Green

Đỏ
Red

Tím
Purple

Vàng
Yellow

Xanh lam
Blue

Hồng
Pink

Nâu
Brown

Xám
Grey

Cam
Orange

Trắng
White

Hình Dáng & Kích Cỡ

SHAPE & SIZE

Tròn
Circle

Chữ nhật
Rectangle

Vuông
Square

Tam giác
Triangle

Thang
Trapezium

Ngũ giác
Pentagon

Lục giác
Hexagon

Bát giác
Octagon

Bán nguyệt
Semicircle

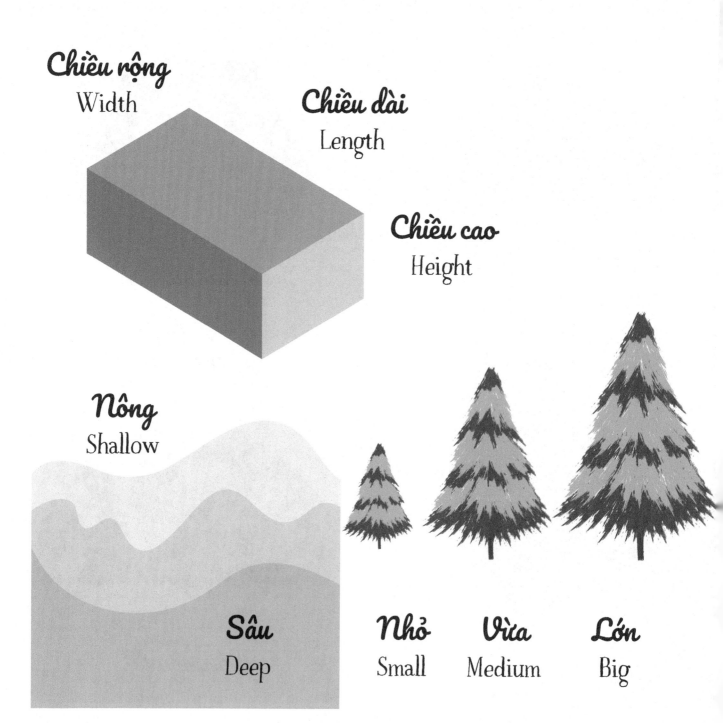

Chiều rộng
Width

Chiều dài
Length

Chiều cao
Height

Nông
Shallow

Sâu
Deep

Nhỏ
Small

Vừa
Medium

Lớn
Big

Thời Gian

DATE AND TIME

Năm
Year

Tháng
Month

Tuần
Week

Ngày
Day

Tháng một
January

Tháng hai
Feburary

Tháng ba
March

Tháng tư
April

Tháng năm
May

Tháng sáu
June

Tháng bảy
July

Tháng tám
August

Tháng chín
September

Tháng mười
October

Tháng mười một
November

Tháng mười hai
December

Chủ nhật
Sunday

Thứ hai
Monday

Thứ ba
Tuesday

Thứ tư
Wednesday

Thứ năm
Thursday

Thứ sáu
Friday

Thứ bảy
Saturday

Lịch
Calendar

Hôm qua
Yesterday

Quá khứ
Past

Hôm nay
Today

Hiện tại
Present

Ngày mai
Tomorrow

Tương lai
Future

Giờ
Hour

Phút
Minute

Giây
Second

Bình Minh
Dawn/Sunrise

Hoàng Hôn
Sunset

Buổi trưa
Noon

Buổi sáng
Morning

Mặt Trời
Sun

Buổi chiều
Afternoon

Buổi tối
Evening

Mặt Trăng
Moon

Ngôi sao
Star

Ngày Lễ

HOLIDAY/
ANNIVERSARY

Tết
Vietnamese Lunar
New Year

Tết Trung Thu
Mid – Autumn
Festival

Quốc Khánh
National Day

Ngày Phụ nữ Việt Nam
Vietnamese Women's Day

Giỗ tổ Hùng Vương
Hung Kings
Commemorations

Lễ phục sinh
Easter

Lễ tình nhân
Valentine's Day

Quốc tế lao động
May Day

Lễ giáng sinh
Christmas

Lễ tạ ơn
Thanksgiving

Lễ Halween/Lễ hóa trang
Halloween

Ngày sinh nhật
Birthday

Ngày cưới
Wedding Day

Kỷ niệm ngày cưới
Wedding Anniversary

Ngày mất
Date of death

Ngày giỗ
Death Anniversary

Mùa
& Thời Tiết

SEASONS
& WEATHER

Mùa xuân
Spring

Mùa hạ/hè
Summer

Mùa đông
Winter

Mùa thu
Autumn

Mùa
Season

Nóng
Hot

Lạnh
Cold

Ấm
Warm

Mát
Cool

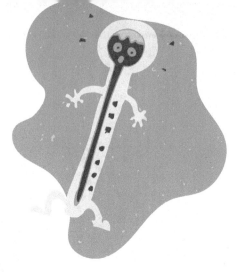

Nắng
Sunny

Mưa
Rainny

Bão
Stormy

Tuyết
Snowy

Sấm
Thunder

Sét
Lightning Strike

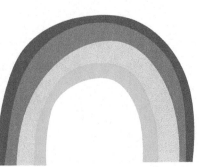

Cầu Vồng
Rainbow

Thông tin
cá nhân

PERSONAL

INFORMATION

Tên
Name

Địa chỉ
Adress

Tuổi
Age

Số điện thoại
Telephone Number

Ngày sinh
Date of birth

Trình độ học vấn
Education

Giới tính
Gender

Số chứng minh thư/ Căn cước
Identity number

Kinh nghiệm
Experience

Nam
Male

Sở thích
Hobbies

Nữ
Female

Tình trạng hôn nhân
Marital Status

Kỹ năng
Skill

Cơ Thể

BODY

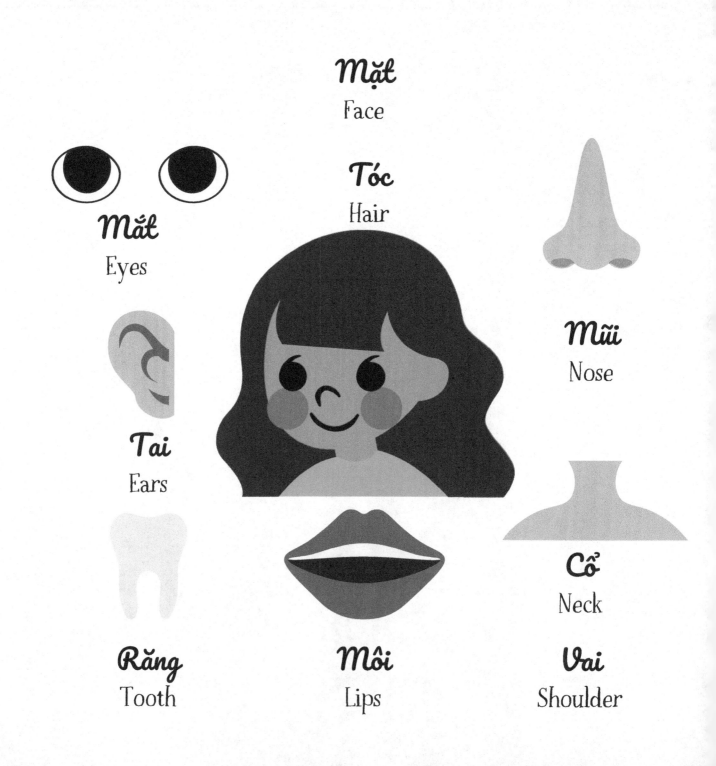

Mặt
Face

Tóc
Hair

Mắt
Eyes

Mũi
Nose

Tai
Ears

Cổ
Neck

Răng
Tooth

Môi
Lips

Vai
Shoulder

Đầu gối
Knee

Khuỷu tay
Elbow

Cẳng chân
Leg

Cánh tay
Arm

Bàn Chân
Foot

Bàn tay
Hand

Ngón Chân
Toe

Ngón tay
Finger

Gia Đình

FAMILY

Con gái
Daughter

Con trai
Son

Mẹ/Má
Mother

Bố/Ba
Father

Anh trai
Elder brother

Em gái
Younger sister

Em trai
Younger brother

Chị gái
Elder sister

Ông bà nội
Grandparents

Parents of your father

Ông bà ngoại
Grandparents

Parents of your mother

Cảm Xúc

EMOTION

Hạnh phúc/ Vui vẻ
Happy/Joyful

Buồn
Sad

Giận
Angry

Lo lắng
Worried

Sợ hãi
Scared

Nhà

HOUSE

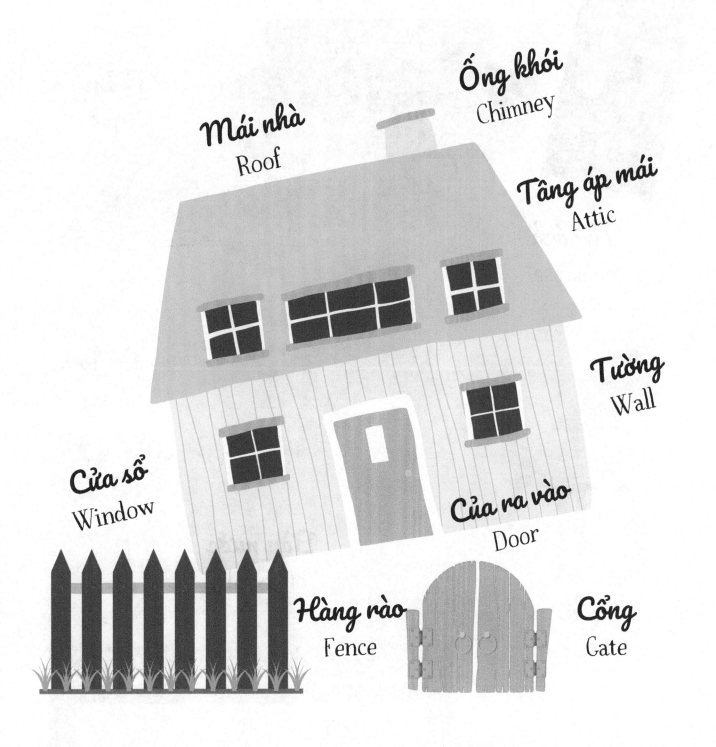

Ghế sô pha
Sofa

Thảm
Carpet

Tủ sách
Bookcase

Phòng Khách
LIVING ROOM

Lọ hoa
Vase

Bàn nước
Coffee Table

Ghế
Chair

Giường
Bed

Chăn
Blanket

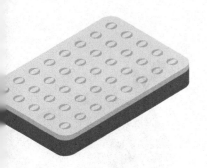

Phòng Ngủ

BED ROOM

Đệm

Mattress

Gối
Pillow

Bàn trang điểm

Dressing table

Đèn

Lamp

Tủ lạnh
Fridge

Tạp dề
Afron

Bếp
Stove

Bồn Rửa
Sink

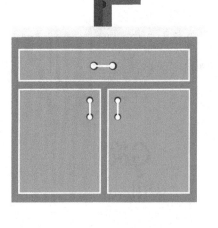

Phòng Bếp
KITCHEN

Nồi
Pot

Lò vi sóng
Microwave

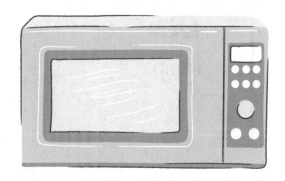

Lò nướng
Oven

Tủ chén/bát

Cupboard

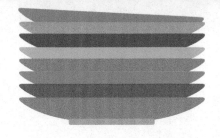

Bát

Bowl

Đĩa

Plate

Cốc

Cup

Phòng Ăn

DINING ROOM

Dao

Knife

Nĩa

Fork

Thìa

Spoon

Ấm

Teapot

Đũa

Chopstick

Bồn rửa mặt
Washbasin

Bồn tắm
Bathtube

Vòi sen
Shower

Phòng Tắm
BATH ROOM

Khăn tắm
Towel

Xà phòng
Soap

Giầy vệ sinh
Toilet paper

Bồn cầu
Toilet

Quần Áo

CLOTHES

Mũ
Hat

Mũ lưỡi trai
Cap

Cà vạt
Tie

Túi
Bag

Khăn
Scarf

Đồng hồ đeo tay
Watch

Thắt lưng
Belt

Áo khoác
Jacket

Áo len
Sweater

Áo phông
T-shirt

Áo ba lỗ
Tank top

Áo sơ mi
Shirt

Váy
Skirt

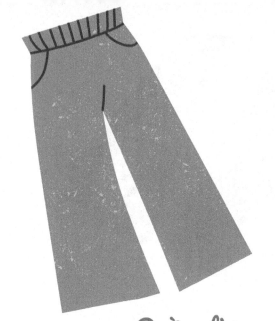

Quần dài
Trousers

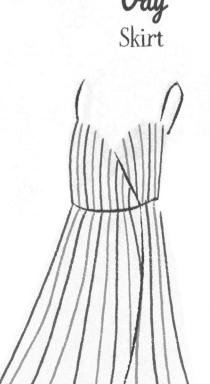

Váy liền
Dress

Quần sóoc
Shorts

Giày
Shoes

Giày cao gót
High heel shoes

Tất
Socks

Bốt/Ủng
Boots

Dép Xăng Đan
Sandal

Mỹ Phẩm & Chăm sóc cơ thể

COSMETIC & BODY CARE

Sữa tắm
Shower Gel

Sữa rửa mặt
Facial cleanser

Bàn chải đánh răng
Tooth brush

Kem đánh răng
Tooth paste

Dầu gội đầu
Shampoo

Lược
Comb

Kem cạo râu
Shaving cream

Dao cạo râu
Shaver

Son
Liptstick

Phấn trang điểm
Makeup powder

Gương
Mirror

Phấn mắt
Eye Color Palette

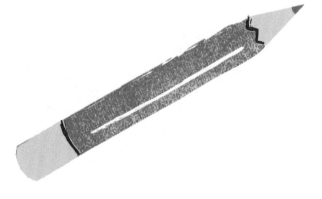

Chì kẻ lông mày
Eyebrow pencil

Trường Học

SCHOOL

Giáo viên
Teacher

Học Sinh/Sinh Viên
Student

Bảng
Blackboard

Phấn
Chalk

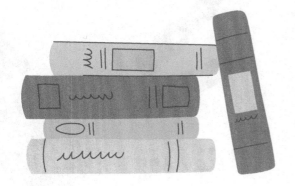

Sách
Book

Vở/Sổ
Notebook

Bút chì
Pencil

Bút mực
Pen

Thước kẻ
Ruler

Ba lô/ Cặp sách
Backpack

Tẩy
Eraser

Đồng phục
Uniform

Gọt bút chì
Pencil Sharpener

Mực
Ink

Màu sáp
Crayon

Hồ dán
Glue

Kéo
Scissors

Màu nước
Water color

Văn Phòng

OFFICE

Máy tính
Computer

Chuột
Mouse

Máy in
Printer

Máy phô tô cóp pi
Photocopy Machine

Cặp tài liệu
Folder Container

Đồng hồ
Clock

Điện thoại
Telephone

Kẹp giấy
Paper clip

Kẹp bướm
Binder clip

Dập ghim
Stapler

Giao Thông

TRAFFIC

Xe tắc xi

Cab

Xe ô tô

Car

Xe máy

Scooter

Xe đạp

Bicycle

Xe buýt

Bus

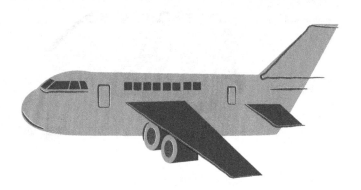

Máy bay
Plane

Thuyền
Boat

Xe tải
Truck

Tàu
Train

Đèn giao thông
Traffic light

Con đường
Road

Bãi đậu xe
Parking Lot

Giờ cao điểm
Rush hour

Lối sang đường cho người đi bộ
Crosswalk

Biển báo giao thông
Traffic signs

Tắc đường
Traffic jam

Nghề Nghiệp

OCCUPATION

Phi công
Pilot

Bác sỹ
Doctor

Diễn viên
Actor

Kỹ sư
Engineer

Nông dân
Farmer

Nhà báo
Journalist

Công an
Police

Đầu bếp
Cook

Luật sư
Lawyer

Họa sỹ
Artist

Thể Thao

SPORT

Bóng đá
Soccer

Bóng chày
Baseball

Bóng chuyền
Volleyball

Cầu lông
Badminton

Bóng rổ
Basketball

Bóng bàn
Ping pong

Cò vua
Chess

Trượt tuyết
Skiing

Bơi lội
Swimming

Lướt sóng
Surfing

Đồ Uống

DRINKS

Cà phê
Coffee

Tea
Trà

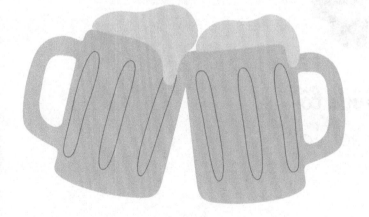

Bia
Beer

Rượu
Alcohol

Nước khoáng
Mineral water

Nước hoa quả
Fruit Juice

Sinh tố
Smoothies

Sữa
Milk

Trà sữa
Bubble tea

Món Ăn Chính

MAIN DISHES

Cơm tấm
Broken rice

Bánh mỳ
Bread

Phở gà/bò
Chicken/beef noodle

Bún chả
Grilled pork and noodle

Hành muối
Pickled onions

Thịt kho hột vịt
Caramelized braised
pork belly with eggs

Cơm trắng
Rice

Mỳ ăn liền
Instant noodles

Canh khổ qua
Bitter melon soup

Nem/Chả giò
Spring roll

Bánh chưng/Tét
Chung cake/Tet Cake

Lẩu
Hot pot

Bánh xèo
Vietnamese pancake

Món Tráng Miệng

DESSERT

Kem

Ice cream

Sữa chua

Yoghurt

Kẹo

Candy

Mứt

Jam

Bánh quy

Cookies

Thịt

MEAT

Thịt bò
Beef

Thịt lợn
Pork

Sườn lợn
Pork rib

Thịt xay
Minced meat

Người bán thịt
Butcher

Thịt xông khói
Bacon

Đùi gà
Chicken drumstick

Xúc xích
Sausage

Cánh gà
Chicken wing

Gia Vị

SPICE

Tỏi
Garlic

Nghệ
Turmeric

Gừng
Ginger

Ớt
Chilli

Sả
Lemongrass

Bạc hà
Mint

Thì là
Dill

Húng
Basil

Mùi
Coriander

Đường

Sugar

Muối

Salt

Hạt tiêu

Pepper

Tương cà chua

Tomato sauce

Mù tạt

Mustard

Tương ớt

Chilli sauce

Dấm

Vinegar

Nước mắm

Fish Sauce

Xì dầu

Soy Sauce

Rau Củ

VEGETABLES

Cải thìa
Bok Choy

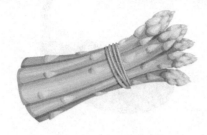

Măng tây
Asparagus

Bắp cải
Cabbage

Cải chân vịt
Spinach

Bông cải xanh
Brocolli

Đậu Hà Lan
Pea

Rau diếp
Lettuce

Dưa chuột
Cucumber

Cà chua
Tomato

Hành tây

Onion

Cà tím

Eggplant

Ngô

Corn

Nấm

Mushroom

Củ dền

Beetroot

Bí ngô

Pumpkin

Cà rốt

Carrot

Khoai tây

Potato

Khoai lang

Sweet potato

Hoa Quả

FRUIT

Cam

Orange

Chanh

Lime

Táo

Apple

Dưa hấu

Watermelon

Đào

Peach

Nho

Grape

Xoài

Mango

Dâu tây

Strawberry

Lê

Pear

Chuối
Banana

Dứa
Pineapple

Sầu riêng
Durian

Thanh long
Dragonfruit

Vải
Lychee

Nhãn
Longan

Khế
Starfruit

Mít
Jackfruit

Mận
Plum

Mua Sắm

SHOPPING

Tiền
Money

Tiền mặt
Cash

Tiền giấy
Banknote

Tiền xu
Coin

Thẻ tín dụng
Credit Card

Thẻ ghi nợ
Debit Card

Siêu thị
Super market

Chợ
Market

Thực vật

PLANT

Cây thông
Pine

Cây sồi
Oak

Cây xương rồng
Cactus

Cỏ
Grass

Cây thường xuân
Ivy

Bụi cây
Bush

Dương xỉ
Fern

Hoa hồng
Rose

Hoa cúc
Daisy

Hoa hướng dương
Sunflower

Hoa oải hương
Lavender

Hoa anh đào
Cherry blossom

Hoa mai
Apricot blossom

Hoa thủy tiên
Daffodil

Hoa lan
Orchid

Hoa bồ công anh
Dandelion

Động Vật

ANIMAL

Hươu cao cổ
Giraffe

Sư tử
Lion

Voi
Elephant

Chim
Bird

Hổ
Tiger

Khỉ
Monkey

Gấu
Bear

Trâu
Buffalo

Lợn
Pig

Bò
Cow

Gà trống
Rooster

Gà mái
Hen

Ngựa
Horse

Chó
Dog

Mèo
Cat

Rùa
Turtle

Cá heo
Dolphin

Cá
Fish

Cua
Crab

Mực
Squid

Bạch tuộc
Octopus

Tôm
Shrimp

Du Lịch
TRAVEL

Va li
Suitcase

La bàn
Compass

Máy ảnh
Camera

Hộ chiếu
Passport

Hành lý
LUGGAGE

Điện thoại
Cellphone

Vé
Ticket

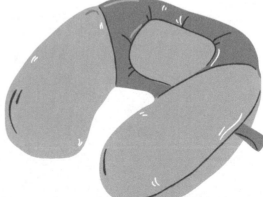

Gối kê cổ
Neck pillow

BOARDING PASS

First Class

AUS 325   Airport 1

Sóng
Wave

Đảo
Island

Ô
Umbrella

Cát
Sand

Kem chống nắng
Suncreen

Biển
SEA

Phao
Swimming float

Dép lê
Flip flop

Đồ bơi
Swimsuit

Sông
River

Thung lũng
Valley

Đồng cỏ
Meadow

Suối
Stream

Núi & Rừng
MOUTAIN & FOREST

Hồ
Lake

Đồi
Hill

Đá
Rock

Thác nước
Waterfall

Thank you for choosing me!

Made in the USA
Coppell, TX
24 May 2025

49819831R10059